கண்ணாடி இதயமில்லை

Published By

www.poetryworld.org

Kannaadi Ithayamillai
Edited By Mohammed Thaha
Published by: Poetry World Org.
Publisher's Address: Haryana
Printed under PWO in India

 Special credits to Dr.Niveditha and Dr.Nitin Chopra.

Cover image source: Pinterest

Edition: I (2023)
ISBN (Paperback) - 9788194495994
Book Design by POETRY WORLD

கண்ணாடி இதயமில்லை

தலைமை தொகுப்பாளர்

அப்சல் அகமது

தொகுப்பாளர்

முஹம்மது தாஹா .அ

கண்ணாடி இதயமில்லை

"கண்ணாடி இதயமில்லை...

கடல் கை மூடி மறைவதில்லை"

கண்ணீரை கடலாக்கி... காதலால் பித்தம் அடைந்தவனுக்கு... நினைவுகள் விதைத்த நா. முத்துக்குமாரின் இப்பாடல் வரிகள் இப்புத்தகத்தின் அடித்தளமாய் திகழ்கிறது. வாழ்க்கையிலும் காதலிலும் வெற்றி தோல்விகள் சகஜம். வாழ்க்கையினுள் காதல் இருந்தாலும் அதை வெவ்வேறாகவே பிரித்துப்பார்க்கிறது இச்சமூகம். சாதி, மதம், இனம், மொழி- இவற்றினால் பிரிந்து திரியும் இச்சமூகத்தில் சிலர் வாழ்ந்துவிடுகின்றனர்; சிலர் வாழ்க்கையை இழந்துவிடுகின்றனர். வாழ்க்கையில் காதல் போராட்டங்களின் ஆழமான அனுபவங்களை இப்புத்தகத்தில் படித்து அனுபவிப்போம்.

தலைமை தொகுப்பாளர்

இவன் பெயர் அப்சல் அகமது. கண்ணகி தன் சினத்தால் தீயிட்டு சாம்பலாக்கிய மதுரை மாநகரில் பிறந்தவன். தற்போது இளங்கலை பொறியியல் பயின்று வருகிறார்.

"என்றோ 'அ' வில் துவங்கிய என் பயணம் 'தமிழ்' வழி பயணித்து, இன்று 'கவிதை' யில் வந்து என்னைசேர்த்தது".

"சீரிய நினைவுகளும் சிவந்த காயங்களும், கற்பனையின் சித்திரம்" ஆகிய நூல்களின் தொகுப்பாளர் ஆவர். மேலும், இவர் 40 மேற்பட்ட நூல்தொகுப்புகளில் இணை ஆசிரியராக பணியாற்றியுள்ளார்.

திறமையை உள் சுமக்கும் பல திறமையாளர்களை கண்டறிந்து அவர்களின் கனவை நிறைவேற்றுவதன் மூலம் இன்பம் கொள்கிறார்கள்.

Insta id: @karaiyatra_kavithai

தொகுப்பாளர்

இவன் பெயர் முஹம்மது தாஹா. தமிழகத்தின் மையப்பகுதியான மலைக்கோட்டை மாநகர் திருச்சியில் பிறந்தவன். திருச்சி மாண்ட்ஃபோர்ட் பள்ளியில் பள்ளிப்பருவத்தை முடித்துவிட்டு தஞ்சை சாஸ்த்ரா பல்கலைக்கழகத்தில் இயந்திர பொறியியல் பயின்றுள்ளான்.

கவிதை வரைவதிலும் பாடல்கள் உருவாக்குவதிலும் அதீத ஆர்வம் கொண்டவர். "சீரிய நினைவுகளும் சிவந்த காயங்களும்" புத்தகத்தில் இணை ஆசிரியராக பணியாற்றியுள்ளார்.

தனது படவரி (இன்ஸ்டாகிராம்) பக்கத்தில் (*@the.unread.book_1743*) அழகு, ஆசை, காதல், பிரிவு, ஊக்கம், இயர்க்கை போன்ற பிரிவுகளில் *80*-ற்க்கும் மேற்ப்பட்ட பதிவுகள் பகிர்ந்துள்ளார்.

Insta id: @the.unread.book_1743

வானும் மேகமும் மனிதனும்

வானும் கடலும் சேராது
ஆனால் அன்பை பகிர்ந்துக்கொள்ளும்
நீராவியாகவும் மழைநீராகவும்

காற்றும் மீனும் கலந்திடாது
ஆனால் நிரம்பிக்கொள்ளும்
கடலையும் உலகையும்

மனிதனோ இக்காதல் கதைக்கேட்க
பொறாமையில் உறக்கம்மில்லாமல் தவிக்க
சுரண்ட தொடங்கினான்
உலகையும் கடலையும்

போதுமானதாய் இருந்தாலும்
மோகம் தீரவில்லை
காலம் உருண்டோடினாலும்
குறைகள் தீரவில்லை

பொருக்காத வானுக்கு கோபம் தலைக்கேற - அது
மேகங்கள் ஒன்று திரட்ட
போர் முரசு முழங்கியது!
வான் மழையாக

தூதுக்காற்று புயலாக

மாறி மாறி அடிக்க...

இன்றும் அதன் காதல் போராட்டம் முடியவில்லை!

யாண்டு தீருமோ?

யாண்டு மாறுமோ?

- முஹம்மது தாஹா .அ

உள்ளடக்கம்

காதல் கண் கட்டுதே!

ஆளற்ற வீதியில் அனாதையாக தவிக்கிறேன்...
உன் காதல் போதையில் மயங்கி!
உன் மடி சாய்ந்து சற்று நீர் வடிப்பது என் வழக்கமடி
பெண்ணே...
காதலுக்காக அல்ல... என் காயங்களை மறக்க!
நிலவும் நானும் பேசிய இரகசிய மொழி...
நீ என்பதே நீ அறியாய் இதுவரை!
மணவறை முதல்...
பிணவறை வரை தொடரும் நம் காதல்...
நீ சம்மதித்தால் மட்டும்!
நம் அந்தங்கள் மாறினாலும்
பந்தங்கள் மாறவில்லை...
ஏனெனில் என் காதல் நீயே!
காகிதப் பறவையாய் உன் காதலுக்காக
காத்திருக்கும் கவிஞன் நான்!

ஆத்மிகா சர்வேஸ்வரன்

காதல் தோல்வி

காற்றின் திசையை நான் அறியவில்லை
எங்கிருந்து வந்தாயோ என்னை அணைத்து விட்டுச்
சென்றாய்!
நூலின் சுற்றிய பம்பரம் போல் உன்னை சுற்றி வந்தேன்
பேசின வார்த்தைகள் எல்லாம் கடலின் ஓரத்தில்
கட்டிய அலைகளாய் அடித்துச் சென்றாய்!
மாறுவேடத்தில் உலகத்தை சுற்றி வந்தோம்...
சிறிது நாட்களோ உன் காதலில்
பல நாட்களாக நினைவின் ஓரத்தில்...
ஜாதி எனும் தாளில் கரை பிடித்து விட்டது நம்
சொந்தங்கள்...
திருமணம் முடிந்த கையோடு இன்னொரு நிழலில் என்
உயிர் தலையாட்டி பொம்மைகள்...
எத்தனை காலமாக விண்ணும் மண்ணும் பிரிந்தே
செல்லும் என்று தெரியவில்லை...
நம் காதலோ தோல்வி என சொல்லி பிரிந்து விட்டுச்
சென்றாய்.
மனமோ தேடுவது உடைந்த கண்ணாடி பிம்பத்தை...
என்றும் அழியாத வார்த்தைகளாய் இடம் பெறும்
புத்தகக்கத்தில் காதல் தலைப்பில் கவிதைகள்!

M. Thilagavathi

காதல்- முடிவே இல்லாத முடிவிலி

என்ன சொல்வேன் என் காதலை
வெற்றி என்றா தோல்வி என்றா
இல்லை!
காதல் வெற்றியும் இல்லை!
தோல்வியும் இல்லை!
அவனின் கனவில் ஐந்து நொடி
நான் வந்தாலே
என் காதல் தீராத ஆயுளை பெறுமே!
நினைத்த நேரம் எல்லாம் பார்க்கவோ
பேசவோ தேவையில்லை
அவனுக்குள் நினைவாய் நான் வாழ்ந்தாலே போதும்
என் காதலுக்கு...
கைகள் உரசி கால்கள் தேய
நெடுந்தூர பயணம் போக ஆசை தான்...
ஆனால், அதை விட அவனுக்கும்
என் காதல் பயணத்தில் வாழ வேண்டும் என்ற
காதல் இருந்தாலே போதுமே
என் காதல் வாழ...
ஆழம் தெரியாத கடலை போல என் ஆழ்மனம்
எங்கும்
அவனின் நினைவுகள் மட்டும் தான்...

இணை பிரியாத வரம் வேண்டும் தான்
அவன் மனதில் என் காதல் வாழ...
காலங்கள் ஓடி ஓய்ந்து முடிந்து போனாலும்
எங்கோ ஏதோ ஒரு மூலையில்
நான் வாடி வதங்கி இருந்தாலும்
என்னவனுக்கு புரிய வேண்டும்
என் காதல் வேண்டி
என்னவள் காலத்திடம் பிச்சை கேட்டு மன்றாடி காத்துக்
கொண்டிருக்கிறாள் என்று
அந்த புரிதல் கொண்ட மனம் இருந்தாலே போதும்

என் காதல் என்றென்றும் வாழ்ந்து கொண்டே
இருக்கும்...
இவ்வுலகில் மட்டும் இல்லாது
அவனின் மன அறையிலும் என் கல்லறையிலும்!
காதல் வெற்றியும் அல்ல...
தோல்வியும் அல்ல...
காதல் உயிருள்ள மனங்களில் வாழும்
முடிவே இல்லாத முடிவிலி!

திலகவதி கண்ணன்

கண்டது முதல் சென்றது வரை

அவள் முகம் கண்டு அவளை பின்தொடர்ந்து...
அவள் விழி என் மேல் தொடர்ந்து...
அவள் முகம் மலர்ந்து என் காதல் அவள் உணர்ந்து...
அவள் விரல் பிடித்து விலகும் நேரம் இன்னும்
வேண்டுமென்று நினைத்து...
இருவரும் திருமணம் என்று சேர வேண்டும் என்று
உணர்ந்து அவள் வீட்டில் என்னை மறுத்து...
இருவரும் கைகோர்த்து நண்பன் வீட்டில் தஞ்சம்
புகுந்து...
சமூகத்தில் அவளை பெருமை கொள்ள வாழ வைத்து
இரு பிள்ளைக்கு அவளை தாயாக வைத்து...
அதன் பிறகு அவள் வீட்டில் மருமகளாக நிறைந்து!

கி.மு காமராஜ்

காதலும் தடுமாற்றமும்

காதல் இருந்தும்
சற்றே தடுமாறினேன்!
அவன்
கைகோர்த்து போகும் பயணம்
தோட்டாக்களால் நிறைந்தது
என்று அறிந்ததும்!
இருந்தும்
காதலுக்கும் தடுமாற்றத்துக்குமான
இந்த யுத்தத்தில்
இறுதியில் வென்றது
காதலே!
காதலை வென்றவர் தான்
இவ்வுலகில் உண்டோ?
இதில்
நான் மட்டும்
என்ன
விதிவிலக்கா?

Idhaya lakshmi

கனவாக கலைந்தாயே

காதலிக்கும் பெண்ணே- உன்னை
கரம் பிடிக்கும் முன்னே,
கலைந்து போனதேனோ?
புரிந்துக் கொள்ளும் முன்னே
பிரிந்து போனாயோ?
என் விழிகளின் தேடலுக்கு
விடையாக நீ கிடைத்தாய்!
விடைபெறும் போது,
விழிநீரை மட்டும் பரிசாக
விட்டுச் சென்றாயே!
கண்ணீரை மறைக்க தெரிந்த எனக்கு,
கவலையை மறக்க தெரியவில்லையே!
வழிகள் எதுவும் புரியவில்லையே!

Thahani Nawfer

ஏமாற்றம்

உன்னிடம் என் காதல்

சொல்ல வந்தேன்

உன் மனதில்

நான் இல்லை

என்று தெரிந்த

பின் என்

ஆசையை தடுத்தேன்

இருந்தும் விதியின்

விளையாட்டு நீ

என்னிடம் நெருங்கி

பழக என் நெஞ்சமும்

சிறு நம்பிக்கை கொண்டது

நான்தான் ஏமாற்றத்தின்

முதல் பிள்ளையாச்சே!

இம்முறையும் என்னை

விடவில்லை பல

ஏமாற்றங்களை கண்ட

எனக்கு இது மட்டும் ஏன்

தாங்க இயலவில்லை?

Sakthivel C

கவலை

நீ அனுப்பிய
குறுஞ்செய்திகள்
நீ பேசிய
சிறு வார்த்தைகள்
என் கவலைகள்
எல்லாம் மறந்தேன்
என்னை நீ தவிர்த்த
இந்த சில நாட்கள்
நரகமாக மாறியது
என் கவலைகளை
மறக்கச் செய்தவளும்
நீதான்; இப்போது
என்னை அழவைப்பதும்
நீதான்
என்னை தவிர்க்கும்
காரணம் என்ன
சொல்லடி சகியே!

Yokeshwar R.S

ராட்டினம்

அடம்பிடித்துக் கேட்டபடியால்
ராட்சத ராட்டினத்தில்
நீயும் நானும்
எதிர் எதிர் இருக்கையில்;
உனக்கும் எனக்கும்
ஓரடி தூரம் தான்
இருந்தும்
நீ காண்பது வேறு வானம்
நான் காண்பது வேறு வானம்
நீ விடும் மூச்சு உனக்குப் பின்னால்
என் உடல் நிழல் உனக்கு முன்னால்;
விசை கூட, தேகம் வலுப்பெற
கூச்சலிடத் துவங்குகிறோம்
பெரிய விளக்குகள் உன்
கன்னங்களில் மிளிர்கின்றன
உன் கண்ணில் தெரிவது என் முகமே
என் கண்ணில் எப்போதும் உன் முகமே;
விசை குறையக் குறைய
மனது கனக்கிறது
எண்ணிப்பார்க்கையில் பத்து சுற்றுகள் தான்
எண்ணிப்பார்க்கையில் பத்தே

சுற்றுகள் தான்;
வாழ்நாளைக்கும் சேர்ந்திருக்கத்
தகுதியுடையோர் நாம்
என்னசெய்ய
வாழ்க்கை ஒரு
ராட்சத ராட்டினம்!

விக்னேஷ்வரன் ரவி

கண்ணாடி இதயம்

இதயம் கண்ணாடி ஆனது...
உன்னை அது துடித்த பின்னே
உன்னைக்காட்டுவதில் தானே அதற்கு அத்தனை
பிரியம்
உன்னைத்துடிப்பதைக் காட்டுவதா?
இல்லை நீ இருப்பதைக்காட்டுவதா?
குழம்பி குலுங்கி லப்டப்கள்கூட
டப்லப் டப்லப் என குதூகலிப்பது
உன் செவிப்பறைகளில் கேட்டும்
நீ மவுனம் காட்பது மாண்பா?
கேள்விகளே என் காதலானால்
பதில்களாவது உந்தன் காதாலாகுமா?
இப்படிக்கு,
கேள்விக்குறியுடன் காத்திருக்கும் அன்புக்குறி!

சரவணன்

காதலின் வலி

வாழ்வில் தற்காலிகமாக முடிந்து போகும்
சிலவற்றை தக்கவைத்துக்கொள்ள
நாம் கொடுக்கப்படும் அதீத முக்கியத்துவம்...
வாழ்வில்
நிரந்தரமாக நீடித்திருக்கும் சிலவற்றிற்கு
சிறிதும் கொடுப்பதில்லை!
காதலை நம் வாழ்க்கையில் பாடமாக்க பலர்
இருக்கலாம்...
ஆனால்
காதலை வாழ்க்கையாக மாற்ற
ஒருவரால் மட்டுமே இயலும்!
காயப்பட்டும் ஏனோ இன்னும் இந்த இதயம்
துடித்துக்கொண்டே
தான் இருக்கிறது அந்த ஓர் அன்பிற்காக!
கவிதை வரிகளும் தத்தளிக்கிறது
காதல் வலிகளின் ஆழத்தை விவரிக்க
வார்த்தைகள் கிடைக்காமல்!

தர்ஷினிபிரியா.ர
(RDP)

புலம்பல்

அனைத்தும் தோல்வி அடைந்து
அலாதி ஏக்கம் கொண்டு
நகரா மனமோடு நரகமாய் வாழ்வியல் நகர
நஞ்சாய் சிலரும்! நன்மையாய் சிலரும்!

சமூகம் சொல்லும் இலக்கணம்
முழுதாய் பொருந்தாத ஓர் சமூகம்
வலியில் குளிர் காய்வதும்
வலிக்கு மருந்தென வருவதும்
மாயை தோற்றத்தின் பிம்பங்கள் மட்டுமே!

உயிர் நீங்கி போன உடலுக்காக
எத்தனை தான் போராட்டம்
எத்தனை தான் கண்ணோட்டம்
காதலும் கரைந்து போன பின்பும்
சிலருக்கு நான் மிருகமாயும்
சிலருக்கு நான் உருகி போன மெழுகாயும்!

Samcb

உதிக்கும் இதயம்

உசிலம்பட்டி ஊர் திருவிழா,
உயிர்களை ஊக்குவிக்கும் உன்னதத் திருநாள்!
உறவுகளின் உன்னதம் போற்றி
உவகையை மெய்யப்படுத்தும்பொழுது,

உதிக்கும் சூரியன் போல் உல்லாச முகமுடையவள்
ஊழலற்ற உள்ளத்துடன் ஊர் மக்களுக்கு உதவிக்
கொண்டிருந்தாள்!
உண்ணும் நேரம், உறங்கும் நேரம் எதுவும் அறியாமல்
உளறத் தொடங்கினேன், உன்னைக் காண!

உயரமாக இருந்தாலும் உள்ளம் ஊமையாக இருந்தது
இருபது ஆண்டுகளாக!
உறுதி கொண்டேன் நீயே என் ஊக்கி என்று!
என் உடைந்த உள்ளம் உன் உள்ளங்கையில்!

J.S. அதுல் ராமஸ்வாமி

காதல் தோல்வியும் சமூகமும்

என்னை காதலிக்கிறேன் என்ற போது
சமூகம் தேவை இல்லை என்றாய்
கல்யாணம் என வந்த போது
என் சமூகம் தெரியவில்லை என்றாய்
ஆம் நான் குப்பை தொட்டியின் குழந்தை தான்
ஆனால்
சமத்துவம் பேசிய பெரியாரையும் அம்பேத்காரையும்
அதிகம் மதிப்பவன்
நீ என்னை பிரிந்து போக
சாதியை பெரிதாக போற்றும் சமூகம் தானே காரணம்
மீண்டும் பிறப்பேன் மனதிற்கு பிடித்தவளையே
மணப்பேன்
அன்றாவது இந்த சமூகம் மாறி இருக்கட்டும்
மாறி விடுங்கள் மாற்றி விடுங்கள் இளைஞர்களே!

Parthiban.S

முதல் வெற்றி கடைசி காதல்!

வயது அறுபது இருக்கும் அவளுக்கு,
அவள் சுருங்கிய கண்ணங்களில் நான்
பதித்த முத்தங்கள் பல! அவள் நரைத்த
கூந்தல் காற்றில் ஆட இன்றும் மனம்
அவள் பின் ஓடத்தான் செய்கிறது!
களைத்த கால்களுக்கு அவள் கொடுக்கும்
தண்ணீர், களைத்த மனதிற்கு அவளின்
ஆசை சொற்கள்! முதல் முறை என்று
சொல்வதற்கு பல ஞாபகங்கள் தந்த அவள்
முதல் முறை வெட்கத்தையும் வரவைத்தாள்!
பல வெற்றிக்கு பின்னால் நின்றவள், ஆனால்
அவள்தான் என் வாழ்வின் முதல் வெற்றி என் ‘காதல்
வெற்றி’ !

Cibitharshan. T

காதல் வெற்றி

வயதும் ஆகி கொண்டே இருக்கிறது
மனதில் என்னவளும் வரவில்லை
சோகத்தில் கண்ணீர் துளிகள் சிந்த
கார்மேகங்களோ என் கண்ணீர் துளிகளை
ஆனந்தமாய் வரவேற்றது!

புரியாமல் தவித்து நிற்க்கிறேன் அந்த சாலையோர
மரத்தின் கீழ்... வேகமாய் வந்த காற்று ஒன்று என்
மேல் பட,
திரும்பிய என் முகம்...
அவளின் இரு கைகளும் அவள் தலைமுடியை சரி
செய்தது!
அன்று வரையறுக்கப்பட்ட ஒரு காதல்
என் முதல் காதல் வெற்றி!

Arun Gowsick

முதல் காதல் தோல்வி

'என்னை மறந்து விடு' எனும்
வார்த்தையின் நீளம்
சிறியது தான் ஆனால்...
அதன் வலி சாகும் வரை!

அன்று உனக்கு பிடித்த
அனைத்தையும் நேசித்தேன்...
இன்று உனக்கு பிடிக்காத
என்னையும் வெறுக்கிறேன்!

நீ என்னை காதலித்து
ஏமாற்றி விட்டாய் என்று
ஒரு போதும் சொல்ல மாட்டேன்...
காதலித்து இருந்தால் ஏமாற்றி
இருக்கமாட்டாய்!

இந்த உலகில் உன்னை
நேசித்தது என் தவறல்ல
அன்பே... உலகத்திலேயே உன்னை
மட்டும் உயிருக்கு உயிராய்
சுவாசித்தது தான் என் தவறு!

ச.யோகேஸ்குமார்

கண்ணாடி இதயமில்லை

தேக்கி வைத்த ஆசைகள் எல்லாம்
வலிகளாய் மாற

ஒதுங்கி இருந்த வலிகள் எல்லாம்
விசும்பலை கொடுக்க

ஏக்கம் கொடுத்த நேசங்கள் எல்லாம்
எட்டி பார்க்கிறது

மறைத்து மறைத்து மருகி கொண்டது
இப்போது துளிர் விடுகிறது

தூரத்தில் அவனை கண்ட நொடியில்
இருந்து உள்ளுக்குள்

அறியாத பருவத்தில் தவறென அவனுக்கே
உணர்த்த செய்தவள் நான்

ஆனாலும் திரையிட்டு கொண்டாலும் சிந்தனையை
தவிர்க்க இயலவில்லை

ஆம்! மறைத்து வைத்தாலும் மறந்து விட
இதயம் உடைப்படும் கண்ணாடி இல்லையே!

தீபா ரவிக்குமார்
திண்டிவனம்
விழுப்புரம் மாவட்டம்

குழப்பம்

பார்வைகளே போதுமே பேசியே மயக்க
இதழசைப்பும் மீறுமே உணர்வுகளை சொல்ல
நினைத்ததும் தோளில் சாய வைக்குமே
வசீகரிக்க செய்யுதே இந்த காதலுமே!

சிறு தாமதமும் சந்தேகத்தை விதைத்ததோ...
எத்தனை சொல்லியும்
பிடிவாதம் மிகுதியாகுதோ...
பேசிய யாவும் ரணமாக
மாறியதோ...
விவாதத்தில் புரிதலும்
தொலைந்தே போனதே!

வெளியுலகில் நடை பயின்று கனத்ததோ...
சுற்றியிருப்போரின் ஏளனத்தில் சிக்கியதோ...
அர்த்தமுள்ள சுகங்களை
வரலாற்று பிழையாக
காண வைத்தனரோ காதலர்களுமே!

சிந்தனைக்கு வாக்கப்பட்டது நிரந்தரமாக வெற்றி
பெற...
சிக்கலுக்கு உட்பட்டதோ தற்காலிகமாக மாறிப்போனது!
இது எல்லாம் யாரின் பிழைகளோ?

கவிமலர் ராஜு

சிவந்த கன்னங்கள்

நான் தூரம் செல்லாத இடம்!

நீ என் அருகில் வேண்டும் என்ற சின்ன அழைப்பிதழ்!

வாரம் தோறும் நினைவுகள் வருடி எடுக்க!

வந்து சேர்ந்தாய் மாலை பொழுதில்!

மயக்கம் கொண்ட மேகமோ மழை சாரலில்

துளிர்விட்டது!

அவன் முகம் பார்த்த அந்த நொடி!

திகைத்து கொண்டு மௌனம் அவள் சாதிக்க!

கட்டி அணைத்த கதகதப்பில்!

கண்ணீர் திவளை ஆரத்தழுவியது உன் நெடுநாள்

ஏக்கங்கள்!

முத்தத்தால் தீராத வலியின் கோபங்களை!

தீர்த்து வைக்க உன் முகம் நாடிய கைகளுக்கு இன்றும்

விருந்தாகின அவள் கன்னங்கள்!

Rio

கண்ணாடி இதயம்

அவள் நினைவுகள்
நிலைக் கொண்டுள்ள
கண்ணாடி இதயத்தை
சில சமயம்
சிதறடிக்க நினைக்கிறேன்;
அப்புறம் தான் அகப்படுகிறது
இதயம் கண்ணாடி
இல்லையென்று!

Manikandan M

காதலில் வெற்றி என்பது

அனலெது புனலெதுவென்று அறிவிடாச் செய்திடும்
மோதலை சிறுதுளியாய் கொண்ட
காதலொரு பெருவெள்ளம்!

கரந்தனை தொட்டவுடன் சுரந்திடும் காதல் அமிழ்தம்
அது,
தன்னுள் தானே பேசச் செய்திடும்,
காதலில்
சுட்டெரிக்கும் வெயிலும் சுகம்தரும் குளிராகும்!
சுகம்தரும் காற்றும்
சுடர்படரும் வெயிலாகும்!

இப்படி, காதல் வந்தால் வானிலைகூட வக்கிரநிலை
அடைந்துவிடும்,
கண்ணுக்கு விருந்தான காதல்
காதுக்கு இனிமையானது!

படரும் காதலில் என்றும்
தொடரும் மகிழ்வும் துக்கமும்!

நெருங்கவும் வழியின்றி நெடுந்தூரம் எரியவும்
மனமின்றி
நம்மால் சுகப்படும்
நம் காதல்

இப்போது புரிகிறதா
காதல் ஒன்றும் அவ்வளவு
கடினம் இல்லை...
அதில் வெற்றியென்பது
எளிதில் சாத்தியம் இல்லை!

கவிஞர் உதிரம்

தீராத காதல்

முன்பின் தெரியாத நபராய்
முகநூலில் அறிமுகமானோம்
முற்றும் தெரிந்த நண்பனாய்
புலனத்தில் பேசி மகிழ்ந்தோம்
பகல் தொடங்கி இரவு முழுவதும்
பல கதைகளை உளறினோம்
நட்பெனும் பாதையில் தொடங்கி
காதலில் முற்றுப்பெற நினைத்தோம்
இருவரும் சேர நினைத்து
இதயத்தை இணைத்தோம்
காதல் புறாவை தூது அனுப்பினாய்
இறக்கை முளைத்தது போல் வந்தேனடா!
எனக்காக காத்திருப்பாயா என்றாய்
காலம் தாண்டி காத்திருப்பேனடா! உனக்காக! அதே
காதலுடன்!

லாவண்யா மு

சமூகத்தின் காதல் ஆணவம்

மூன்றெழுத்து என்று தான் நானும் நினைத்தேன்...
சற்றே நகைத்து என்னையும் கடந்தது- காதல்
உயிராய் உடலாய் இணைய விரும்பினேன்
நான் இருக்கிறேன் என்று நீயும் வந்தாய்
என் துணையாய் உன் அரவணைப்பில்...
நானும் தோள் சாய்ந்தேன்- இப்படி
உன்னையும் என்னையும் சந்திக்க வைத்தது காலம்!
நீ நான் நாமாய் இருக்கையில்,
சந்திக்க வைத்த காலத்திற்கு தெரியவில்லையோ...
இச்சமூகத்தின் காதல் என்னவென்று?
அப்படி தெரிந்திருந்தால் காலம்
நம்மை முன்னரே எச்சரித்திற்கும்
நம்மை ஒரு நெருப்பு சூழ்கிறதென்று!
நெருப்பிலிருந்து நாமும் விலகியிருப்போம்!
இன்று உயிருடன் வாழ்ந்திருப்போம்!
'ஆணவக்கொலை' எனும் சமூக நெருப்பை எதிர்த்து!

தெ.நர்த்திகாஸ்ரீ

காதல் தோல்வியும் சமூகமும்

காதலில் வெற்றி பெற்றவர் சொன்னால் சமுதாயம் கேட்கும்!
காதலில் தோல்வியடைந்தவர் சொன்னால் ஏளனமாக பார்க்கும்!

வெற்றியை பாராட்ட தெரிந்த நமக்கு,
தோல்வியை மதிக்க கூட தெரியவில்லை!

காதல் வெற்றி என்றால் வெகுமானம்!
காதல் தோல்வி என்றால் அவமானம்!
சமுதாயமே உனக்கு எவ்வளவு பகுமானம்!

தோற்றவன் தோற்றவன் என்று கூறியே
தொலைத்து விடுகிறோம் மனிதனை!

தோல்வியே வெற்றிக்கு முதல் படி;
சமுதாயமே முதலில் அதைப் படி;

தோல்வியடைந்தவன் வீணாப்போனவன் அல்ல;
தோன்றும் சமுதாயத்தின் விதையாகப் போறவன்!

சமுதாயத்திற்கு ஒன்று சொல்கிறேன்

எங்கள் தோல்வி எல்லாம் அவள்/அவன் மனதில் இடம் பிடித்து வெற்றி பெறும் வரை தான்

அதனால் தோற்று தோற்று வாழ்க்கையைப்
பழகுவோம்!

நன்றி!

உங்கள் கவிதை தோழி:
இந்து பிரியா சக்தி வேல்

காதல் வெற்றி

கண்ணிமைகள் தடம் மாறி
இதயமது இடம் மாறி
காதலாய் உருமாறி...

காலம் பல காத்திருந்து
ஒப்புதலுக்கு கனிந்திருந்து
கண்ணியமாய், கம்பீரமாய்...

கரம் கோர்த்து, இணைசேர்ந்து
வாழ்வினிலே வசந்தமாய்
இனிய சுகந்தமாய்
வருகின்ற காதலது...

வெற்றி பூமாலையாய்
தமிழமுது பாமாலையாய்
தோள் சேர்ந்திடும், யாழிசைமீட்டிடும்!

மீட்டிடும் இசையினிலே
மயங்குகின்ற பொழுதினிலே
காதல் கவி பாடிடும்
காலமெல்லாம் வசந்தம் வீசிடும்!

வீசிடும் வசந்தத்தில்
வாசம் செய்யும்

S P பாலகுரு

தோல்வியும் சமூகமும்

தவறி விழுந்தாலும்;
தூக்கி விட யாருமில்லை;
இருளில் தவிக்கும் ஒருவனைக்கண்டு;
மனிதாபிமானம் இல்லாது நகைத்து ரசிக்கும்- இந்த
சமூகம்:
என்றுமே மாறபோவதுமில்லை;
மாறும் எண்ணமும் அவர்களுக்கில்லை;
உன் வாழ்வில் வெற்றியோ... இல்லை தோல்வியோ...
முயற்சிகள் என்றும் தொடர்கதைகளாய் தொடரட்டும்-
உன் பாதையிலே;

ஏனெனில் சமூகம் வஞ்சனையோடு வசை பாடியே...
மனவலிமையும் துணிவையும் தோற்க்கடித்துவிடும்!

Deepika Velusamy

காதல் தோல்வியும் சமூகமும்

காத்திருந்த பொழுதுகள் யாவும்
கணப்பொழுதில் உயிர்பித்திட
கரங்களோடு இருமனமும் இணைய
இதுதான் வாழ்க்கையென
உணரும் உன்னத தருணத்தில்
உருக்குலைக்க ஒன்றுசேரும்
ஒன்றுக்கும் உதவாத
இழந்த மனிதத்தின் இழக்காத
சாதி உளறல்கள்...
வாதங்கள் விளையாடிய பின்னும்
சாதிகளோ வெற்றி அடையவில்லை
பதிலாக வீழ்ந்து மடிகின்றது
சாதியால் வெட்டப்பட்ட இருமனம் ஓருயிராய் ஈக்கள்
மொய்க்க ஓடும்
குருதியின் வெள்ளத்தின் முன்!

பிரியதர்ஷினி காமராஜ்

காதல் வெற்றி

உலக அதிசயங்கள் எல்லாம்

கல்லால் ஆனவையடி

இல்லையேல்

உன்னையும் சேர்த்திருப்பார்கள்!

உன் கண்களில் தொற்றிக் கிடக்கும்

காதலைச் சேகரிக்க

எத்தனிக்கிறேன்!

நீயோ மின்சார இழைகளை

இமைகளில் தேக்கி

தத்தளிக்க வைக்கிறாய்!

நீ இமைக்கும் அழகைக்

காண்பதற்காகவே

இமைக்காமல் கிடக்கின்றன

என் இமைகள்!

உன் கண்கள்

ஆழ் மலர்க் கேணிகள்!

பறித்ததை விட

அதிகமாய் பறிகொடுத்திருக்கிறேன்!

ஒவ்வோர் முறை நீ

என்னைப் பார்த்துக்

கடக்கும் போதும்

என் காதல் வலிமை சேகரிக்கிறது!

நீ ஒரு முறை

புன்னகைத்தால்

சேமித்த அத்தனையும்

திருப்பித் தரவும்

சம்மதமெனக்கு!

இது தான் காதல் வெற்றி!

Muthuraj Selvi

காதல் வெற்றி

உன்னை பார்த்த முதல் சந்திப்பில்
எனக்கானவள் நீயென நினைத்தேன்.
காதலிக்கவும் தொடங்கினேன்
நீ எனை ஏற்பாய் என நம்பிக்கையில்...
உன் வருகை சில நொடி என்றாலும்
பல மணி நேரம் காத்திருக்கும் என் காதல்
அழகானதுதான்!
போதை பழக்கம் இல்லாதவன் நான்
தினம் தினம் போதையாகிறேன் உன்னை நினைக்கும்
போது!
இருளிலும் பௌர்ணமியே நம் காதல் வென்றதால்!
நீயில்லா நேரம் பாரமடி!
நீ இருக்கும் நேரம் சொர்கமடி!
ஏற்று கொண்ட என் காதலுக்கு
நன்றி சொல்கிறேன் காதலுக்கு உரியவளே!
இதமான மன உணர்வையும், மன நிறைவையும்
தினம் தருவேன் வெற்றி பெற்ற காதலோடு!

கோ. பரணி

என் ஒருதலை காதலும் அவள் தலைக்கனமும்

வியந்தேன், வியந்தேன்!
உன் பொய்யானப் பிம்பத்தைக் கண்டு வியந்தேன்,
என்னிடம் நீ சொல்லியதோ ஒன்று...
நான் இன்று உன்னில் பார்ப்பதோ வேறொன்று!
முற்றிலும் வேறொன்று!
கண்ணால் பார்ப்பதும்,
காதால் கேட்பதும் பொய் எனின்,
நான் உன்னைப் பற்றி கேட்பது மட்டும் மெய்!
சொல்லால் அடித்தாய்,
மௌனமாக வெறுத்தாய்,
பிறரிடம் என்னைக் கடிந்து,
என்னை எரித்தாய்!
காத்திருந்தேன் இந்நாள் வரை கோமாளியாய்...
மாற்றினாய் என்னை ஏமாளியாய்!
நான் சொல்லியவை எல்லாம்
உனக்கோ வெத்து வேடிக்கை!
உன் பார்வைக்கு நான் வரைந்த
நேர் கோடும் கோணல்!
புரிந்தது...
தெளிந்தது...
இந்நாள் வரை நான் ஏமாந்தது!

கவியரசன் ல

காதல் தோல்வி

காதல் வந்த மனது பட்டாம்பூச்சியாய்
மாறிப் போனதன் மாயமென்ன!
கவலைகள் இல்லாத வாழ்க்கை இது
என்று கர்வம் வந்ததன் வியப்பென்ன!
பிணைப்பில்லாத வாழ்க்கையைப்
பிடித்தமானதாக்கியதும் இந்தக் காதல்தான்!
நடைபிணமாக்கியதும் இந்தக் காதல்தான்!

காதல் வலைக்குள் சிக்குண்ட மனதைக்
கல்லறைக்குள் அடக்கமாக்கியதும் இந்தக் காதல்தான்!
காதலிக்க இருமனங்கள் போதவில்லை போலும்...
சாதிச் சான்றிதழ் அவசியம் என்றறியாமல்
வந்துவிட்டதே இந்தக் காதல்!

காதலித்த விதி...
மனிதர்கள் செய்த சதி...
சிதைந்தது முகம்!
ஆசிட் என்னும் வேதிப்பொருளால் மட்டுமல்ல
விஷமுள்ள மனிதர்களாலும்தான்!

Rajalakshmi Iyyappan

காதலின் வெற்றி!

கண் பார்த்துக் கதைபேசி,
கைகோர்த்து உடன் நடந்து,
மண் பார்த்து மௌனங்காத்து,
தோள் சாய்ந்து தோழமை கொண்டு,
சுதந்திரம் கொள்வதில்
காண்பதை விடவும்,
அத்தனை ஊடலிலும் வரும்
உன்மீதான கோபங்களையெல்லாம்
எப்பொழுதும் வென்று நிற்கும்
என் தேடல்களில் கண்டு கொள்கிறேன்,
நம் காதலின் வெற்றியை!

நசிஃபா மஸ்தான்

தோல்வியும் சமூகமும்

உடைந்து அழுதேன்

உற்ற துணையாய் யாருமில்லை என்னருகில்

உன்னையும் இந்த சமூகத்தையும் தவிர!

துவண்டு போன நேரமதில்

என்னை தூற்ற வந்த நீயும்

நித்தம் நித்தம் பேசி

நீங்கா நினைவை பரிசளித்த

இந்த சமூகமும்

எனக்கு கிடைத்த பரிசுகள்!

நீங்கள் தந்த கண்ணீர் பரிசுகளும்

அழியா நினைவுகளும்

என்றென்றும் என்னுள்ளே!

வெறுப்பெல்லாம் விருப்பாய் மாறி

துன்பமெல்லாம் இன்பமாய் இன்று!

நீ தந்த வலிகள் எல்லாம் வற்றும் நேரம் ஒரு நாள்

வரும்...

மதுப்ரியா

காதலின் சமூகம்

காதல் கல்யாணம் வரை செல்லுமெனில்
கரம் பிடிப்பவனின் கரம் ஓங்கக்கூடியது!
காதல் கல்யாணத்தை மெல்லுமெனில்
கரம் பிடித்தவனின் கரம் ஒடுக்கக்கூடியது!
இருகரம் ஒன்றிணைந்தால் காதல் கல்யாணமாகும்!
பலகரம் ஒன்றிணைந்தால் காதல் கலவரமாகும்!
இவை அனைத்தும் ஒரு பக்கம் இருக்க...
இருமனம் ஒன்றினைவதே காதல் என்பது
தேநீர்க்கடை கொதிகலனில் நிலக்கரி போலும்!
இருஉடல் ஒன்றினைவதே காதல் என்பது
அதே தேநீர்க்கடையின் தேநீர் போலும்!
இருக்குமெனில், சமூகத்தில் காதல் தோல்வியானது!
இல்லையெனில், சமூகத்தில் காதல் வெற்றியானது!

கௌதம் ராஜ்

இருள்

கண் திறந்து பார்த்தேன்
ஏனோ இருள் விலகவில்லை!
பிறகு தான் உணர்ந்தேன்
என் வாழ்வின் வெளிச்சமாக இருந்த வெண்ணிலா
என்னை விட்டுச்சென்று விட்டாள் என்று!
இனி எல்லா நாளும் அம்மாவாசை தானோ?
இல்லை விளக்கேற்ற ஒரு வளர்மதி தான் வருவாளோ?

லோகேஷ்வரன் செ

காதல் தோல்வியும் சமூகமும்

மனதோடு ஒன்றானோம்...
வாழ்கையில் ஒன்றாகுவோம்
என்று நம்பி...
என்னை விட்டு நீ தள்ளி போனால்
துடிக்கும் என் இதயம் மீண்டும் உன் வருகைக்காக!
பல எதிர்ப்பார்புகளோடு உன்னோடு
வாழும் நாட்களை எதிர்பார்த்தேன் ஆனால்
சமூகத்தின் சூழ்ச்சிவலையில் சிக்கினோம்!
இப்போது பிரிந்தோம்!
மீண்டும் உன் வருகையை ஏமாளியாக காத்திருக்கும்
எனக்குள் இருக்கும் உந்தன் பாதி!

K. Shri lekha